CHANJO ZAELEZWA
VACCINES EXPLAINED

(Kiswahili - English)
(Swahili - English)

BY OHEMAA BOAHEMAA
ILLUSTRATED BY JOYEETA NEOGI
TRANSLATED BY MARGARET NJERU

Language Lizard
Basking Ridge

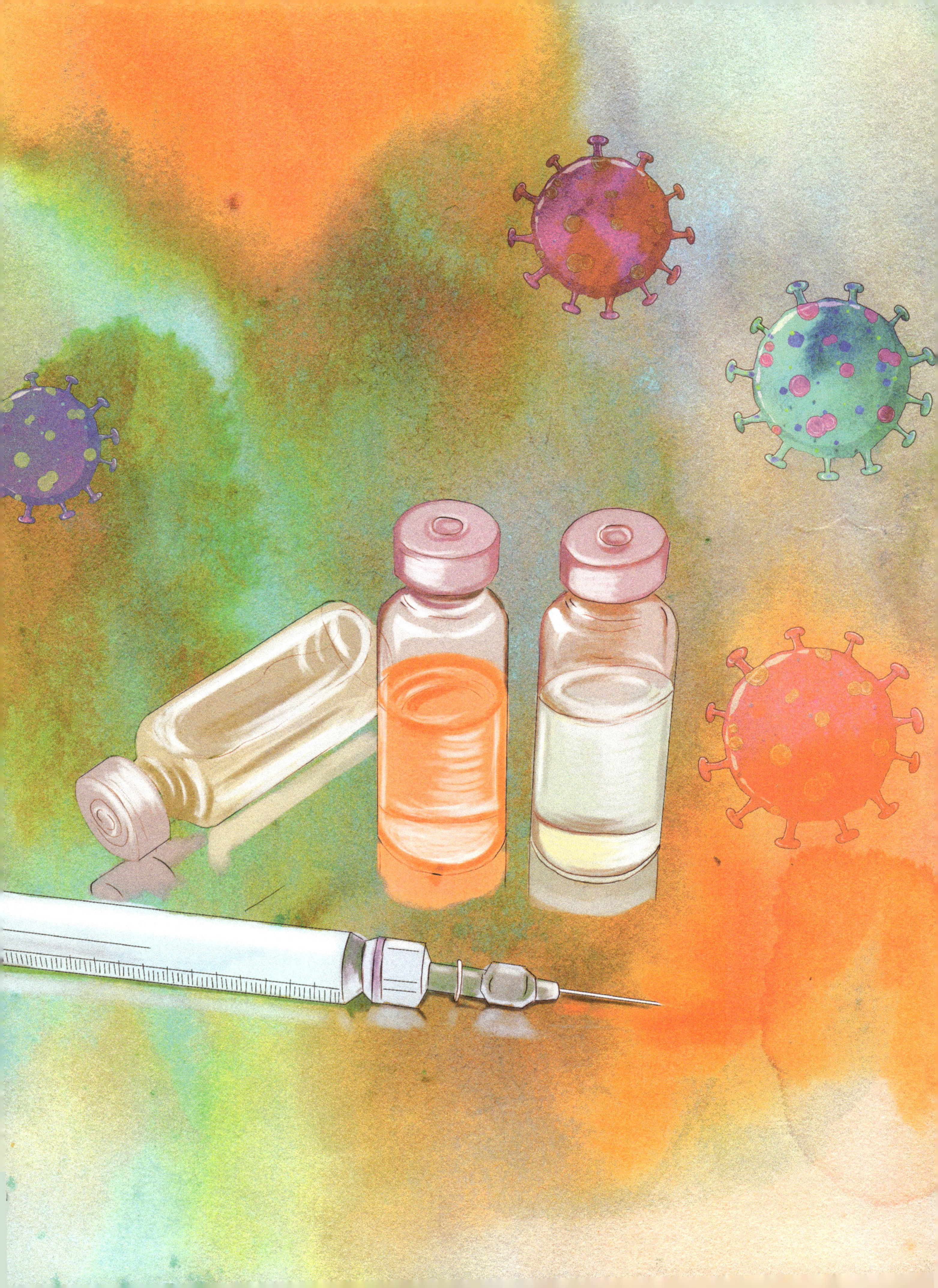

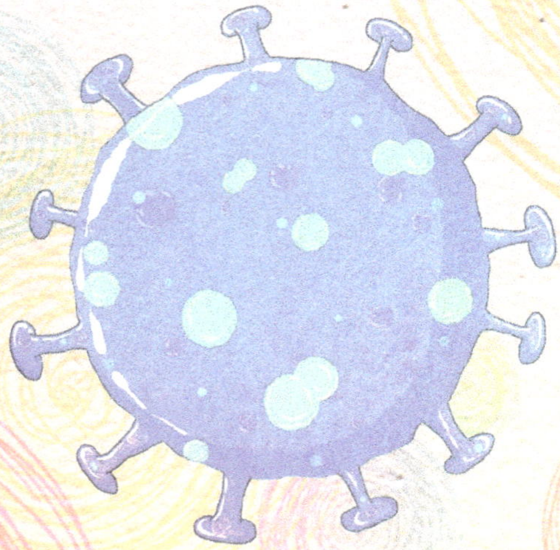

Vaccines Explained (Swahili-English)

Published by Language Lizard
Basking Ridge, NJ 07920
info@LanguageLizard.com

Visit us at www.LanguageLizard.com

First edition 2021

Library of Congress Control Number: 2021909285

ISBN: 978-1-63685-087-0 (Print)

Dawa nyingi husaidia mwili kupona wakati mtu ni mgonjwa. **Chanjo** ni dawa za aina spesheli ambazo husaidia mwili usipate magonjwa.

Most medicines help the body get better when a person is sick. **Vaccines** are a special kind of medicine that help the body to not get sick.

Tunakuwa wagonjwa wakati viini hatari vya magonjwa, hasa **virusi** au **bakteria**, vimeingia mwilini mwetu. Viini hivi **hutuambukiza**, na hubadilisha mwili wetu kuwa kiwanda cha viini.

We get sick when bad germs, usually **viruses** or **bacteria**, enter our body. These germs **infect** us, turning our body into a germ factory.

Jinsi virusi vinavyoweza kuambukiza mwili:

How viruses can infect the body:

Kirusi huingia **seli.**

Virus enters **cell**.

Seli hutengeneza virusi zaidi.

Cell makes more viruses.

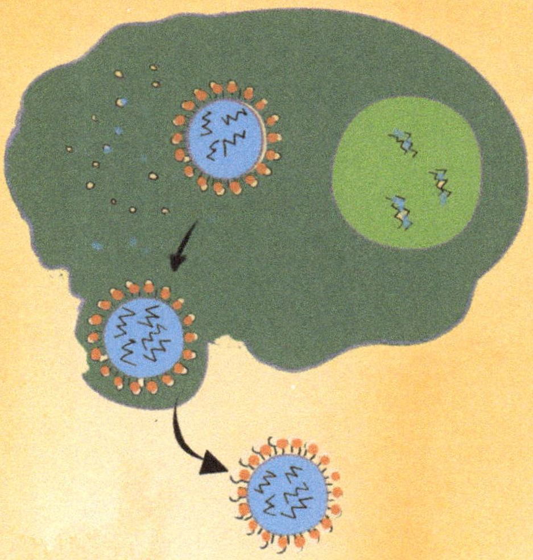

Virusi vipya huharibu seli na kuondoka.

New viruses destroy cell and leave.

Chanjo huwa na viini vidogo vya magonjwa ndani yazo. Zinafanya kazi kwa kufundisha mwili wetu kupigana na kiini hicho. Wakati kiini hicho kimeingia mwili wa mtu ambaye tayari amepata chanjo, mwili wake unaweza kukiharibu. Hili humzuia mtu kupata ugonjwa.

Vaccines have little pieces of germs in them. They work by teaching our body to fight that germ. When that germ enters a person who has already had the vaccine, the body can destroy it. This stops the person from getting sick.

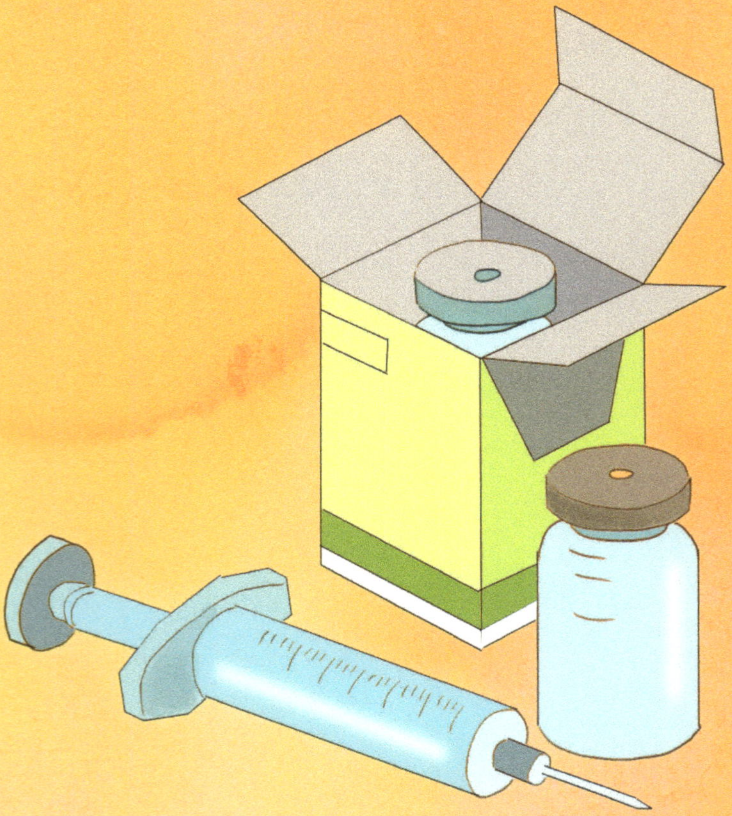

Sayansi ya chanjo ilianza karne nyingi zilizopita wakati madaktari waligundua kuwa watu wengine hawakupata magonjwa, hata walipopata kiini kibaya. Watu hawa walikuwa na **kinga** kwa magonjwa fulani

The science of vaccines started hundreds of years ago when doctors discovered that some people did not become sick, even when they got a bad germ. These people were **immune** to certain illnesses.

Wanasayansi waligundua kuwa wangeweza kutengeneza dawa ambazo zingeunda kinga kwa watu. Dawa hizi, ambazo zinaitwa chanjo, zingewazuia watu kuwa wagonjwa.

Scientists figured out that they could make medicines that created immunity in people. These medicines, called vaccines, would stop people from getting sick.

Ugonjwa wa polio ulikuwa ugonjwa mbaya sana ambao uliumiza na kuua watu wengi. Katika mwaka wa elfu moja mia tisa na hamsini na tatu (1953), mwanasayansi anayeitwa Jonas Salk aliunda chanjo ya polio. Hii ilikuwa mojawapo ya chanjo za mwanzo kutumika duniani kote.

Polio was a terrible illness that hurt and killed many people. In 1953, a scientist named Jonas Salk created a vaccine for polio. This was one of the first vaccines to be used all around the world.

Sasa tuna chanjo nyingi ambazo huzuia maradhi ya aina nyingi. Mara nyingi, kupata chanjo hukuzuia kuupata ugonjwa huo. Hata hivyo, iwapo utakuwa mgonjwa, chanjo hiyo hukuzuia kuzidiwa na ugonjwa huo.

We now have vaccines that prevent many different illnesses. Most of the time, getting a vaccine will stop you from getting that illness. However, if you do get sick, the vaccine stops you from getting very sick.

Chanjo zimesaidia kuondoa kabisa maradhi hatari kama ndui na surua, kutoka sehemu nyingi zaidi duniani. Wakati maradhi mageni yanaibuka, wanasayansi huunda chanjo yake.

Vaccines have helped to get rid of dangerous illnesses, including smallpox and measles, from much of the world. As new illnesses develop, scientists work to create vaccines for them.

Chanjo nyingi hutolewa kama sindano, ambayo mtu anaweza kupatiwa katika ofisi ya daktari au duka la dawa. Jambo hili linaweza kuogofya, lakini ni haraka na rahisi!

Most vaccines are given as a shot, which can be given at a doctor's office or pharmacy. This might seem scary, but it is quick and easy!

Tuna hata chanjo za wanyama wetu!

We even have vaccines for our animals!

Watu wa umri wote wanaweza kupigwa chanjo. Chanjo ni njia muhimu ya kudumisha afya nzuri duniani.

People of all ages can get vaccinated. Vaccines are an important way of keeping the world healthy.

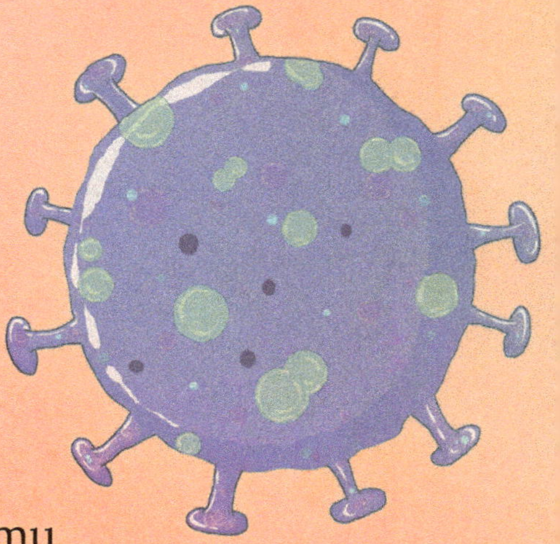

Maneno muhimu ya kujua:

Bakteria: Aina ya kiini cha maradhi. Baadhi ya bakteria hufanya mwili wetu kuwa mgonjwa.

Seli: Vijenzi vya msingi maalum wa mwili wa binadamu. Mwili wako umeundwa kwa mamilioni ya seli.

Mwenye kingamaradhi: Mtu mwenye kinga hawi mgonjwa hata kiini kibaya kikiingia mwilini mwake.

Ambukiza: Wakati kiini kibaya huingia kwa mwili na kusimamisha kazi ya kawaida ya mwili.

Chanjo: Aina ya dawa ambayo husaidia mwili kutopata maradhi.

Kirusi: Aina ya kiini kibaya ambacho hufanya mwili wetu kupata maradhi.

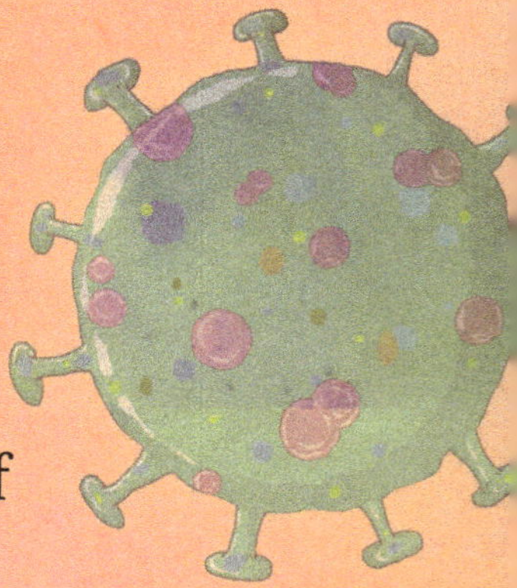

Important words to know:

Bacteria: A type of germ. Some bacteria can make our body sick.

Cell: Building block of the human body. Your body is made of millions of cells.

Immune: An immune person doesn't get sick even if a bad germ enters their body.

Infect: When a bad germ enters the body and stops the body's normal work.

Vaccine: A kind of medicine that helps the body to not get sick.

Virus: A type of bad germ that makes our body sick.

For audio and teacher resources, including a lesson plan about vaccines, scan this code or go to: *https://www.LanguageLizard.com/Vaccine*

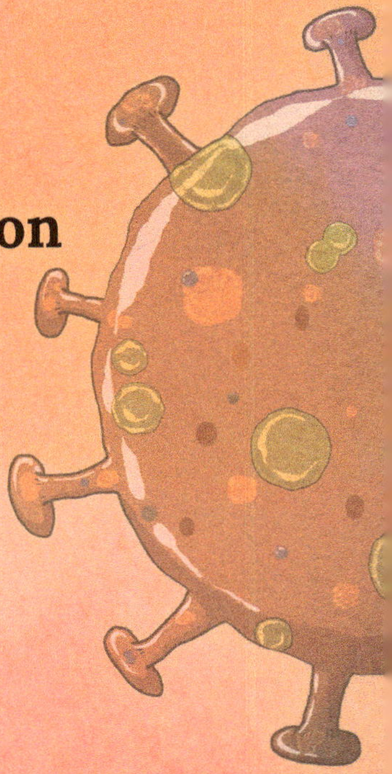

Want to learn more?

These websites have additional information about vaccines:

- **World Health Organization (WHO):** *https://www.who.int/*
- **Gates Foundation:** *https://www.gatesfoundation.org/*
- **US Centers for Disease Control:** *https://www.cdc.gov/*
- **European Centre for Disease Prevention and Control (ECDC):** *https://www.ecdc.europa.eu/en*
- **Africa CDC:** *https://africacdc.org/*

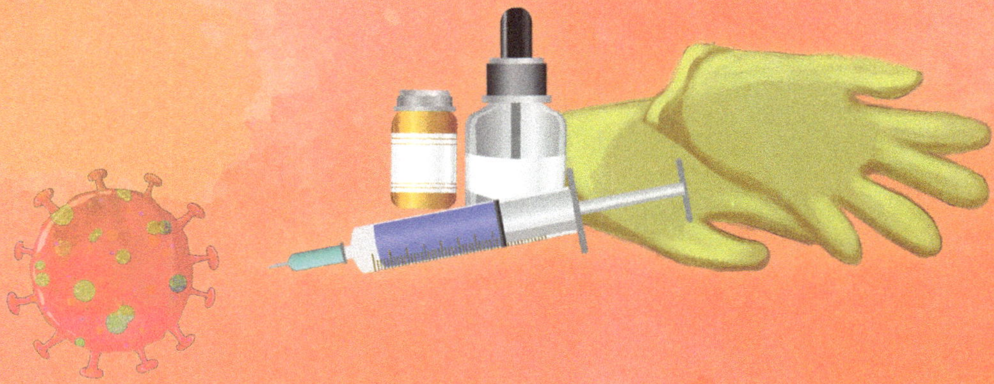

About the author:

Ohemaa Boahemaa is from Ghana and grew up in South Africa and the United States. She has loved science since she was a little girl and studied cellular and molecular biomedical sciences at Johns Hopkins University and Columbia University. She currently works at the Rutgers School of Public Health, planning classes that bring together students from around the world to learn about keeping each other healthy.

About the illustrator:

Joyeeta Neogi has been working as an illustrator for over ten years, using both traditional and digital mediums. Her colorful, playful style brings picture books to life. She studied at Northern India Institute of Fashion Technology and currently resides in Bangalore, India. Joyeeta also illustrated *Icing on the Cake: Food Idioms*, part of Language Lizard's Idiom book series.

www.ingramcontent.com/pod-product-compliance
Ingram Content Group UK Ltd.
Pitfield, Milton Keynes, MK11 3LW, UK
UKHW061019020926
14795UKWH00039B/701

9 781636 850870